ഷിജു ആട്യാലം

കണ്ണൂർ ജില്ലയിലെ ഇരിട്ടി നഗരസഭയിൽ വെളിയമ്പ്രയിൽ സി.പി. പത്മനാഭന്റേയും വിലങ്ങേരി നാരായണിയുടേയും മകനായി ജനനം. വെളിയമ്പ്ര എൽ.പി. സ്കൂൾ, ടെക്നിക്കൽ ഹൈസ്കൂൾ മട്ടന്നൂർ, പഴശ്ശിരാജ എൻ. എസ്. എസ്. കോളേജ് മട്ടന്നൂർ എന്നിവിടങ്ങളിൽ വിദ്യാഭ്യാസം. നാടകസാംസ്ക്കാരിക പ്രവർത്തകൻ, വനിതാ ശിശുവികസന വകുപ്പിലെ ഇരിക്കൂർ അഡീഷണൽ ഐ.സി.ഡി.എസ്. ജിവനക്കാരൻ.

ഭാര്യ : സുരഭി പി.വി.

മക്കൾ : വിപുൽഹർഷ്, വിമുക്ത

വിലാസം : വിശ്രയം, ആട്യാലം, വെളിയമ്പ്ര, പി.ആർ. നഗർ (പി.ഒ.),
കണ്ണൂർ ജില്ല- 670702.

ഫോൺ : 9446657727

ഇ-മെയിൽ : shijuattyalam@gmail.com

Malayalam Language
Adayalamillathavan
(Poems)
by
Shiju Attyalam
♦
Published in March 2023
Second Impression May 2023
by Kairali Books Private Limited
Thalikkavu Road, Kannur.
Ph : 0497-2761200
Email : kairalibooksknr@gmail.com
♦
Cover Design
Prasanth Mangad
♦
Printed at
Papyrus Printers, Kozhikode

Price ₹: 170.00
112/22-23/Sl.No.1420/100/NS 18.6
ISBN 978-93-93397-64-5

അടയാളമില്ലാത്തവൻ

ഷിജു ആട്ട്യലം

കൈരളി ബുക്സ്

ആമുഖം

ജീവിതക്കാഴ്ചകളും അനുഭവങ്ങളും പലപ്പോഴായി സ്വാധീനിക്കുന്നത് വരികളായ് കുറിച്ചിട്ടത് കുറെ നഷ്ടപ്പെട്ട് തുടങ്ങിയിരുന്നു. പിന്നീട് നഷ്ടമാകാത്തവ നവമാധ്യമങ്ങളിലും ഏതാനും ആനുകാലികങ്ങളിലും മാഗസിനുകളിലുമായി വെളിച്ചം കണ്ടു. അതിന് നല്കിയ പ്രിയപ്പെട്ട വായനക്കാരുടെ പ്രതികരണങ്ങളും അഭിപ്രായങ്ങളും മാത്രമല്ല, കാലം പിന്നിടുമ്പോൾ നമ്മുടെ ശേഷിപ്പായ് ഈ ചിന്തകളും വരികളും നശിക്കാതെ എതെങ്കിലും അലമാരയിൽ പുസ്തകങ്ങളിലൂടെ ജീവൻ തുടിച്ചുനില്ക്കും എന്നതുമാണ് ഈ കവിതാസമാഹാരത്തിലേക്ക് എന്നെ നയിച്ചത്. ആരെഴുതുന്നു എന്നല്ല, എന്ത് എഴുതുന്നു എന്നതാണ് ഒരു പുസ്തകത്തിന്റെ ഭാവി എന്ന് ഞാൻ വിശ്വസിക്കുന്നു. നല്ലതിനെയെല്ലാം ഹൃദയത്തോട് ചേർത്തുപിടിച്ച പ്രിയപ്പെട്ട വായനക്കാരിലേക്ക് 'അടയാളമില്ലാത്തവൻ' കൂടി എത്തുകയാണ്.

ഷിജു ആട്ട്യലം

നന്ദി

അടയാളമില്ലാത്തവന് കൈത്താങ്ങായി ലക്ഷ്യപ്രാപ്തിയിലേക്ക് വഴികാട്ടിയവർക്ക് ഹൃദയത്തോട് ചേർത്ത് നന്ദി. ഈ കവിതാസമാഹാരം പ്രസിദ്ധീകരിക്കാൻ തയ്യാറായ കൈരളി ബുക്സ് മാനേജിംഗ് ഡയരക്ടർ ഒ. അശോക്കുമാർ, മികവുറ്റ അവതാരിക തയ്യാറാക്കിയ ഡോ. സി.കെ. മോഹനൻ, കൈരളി ബുക്സിലേക്ക് വഴിയൊരുക്കിയ പി.കെ. വിജു, കവിതകളുടെ വാക്കുകളേയും അക്ഷരങ്ങളേയും സസൂക്ഷ്മം പരിശോധിച്ച കെ.കെ. കീറ്റുകണ്ടി, കവിതകളെ ചിത്രങ്ങളിൽ ആവാഹിച്ച ബിനോയ് മട്ടന്നൂർ, വിലപ്പെട്ട നിർദ്ദേശങ്ങൾ നൽകിയ ബാബുരാജ് അയ്യല്ലൂർ, രഞ്ചിത്ത് കമൽ, ആദ്യവായനയിൽ അഭിപ്രായങ്ങളും നിർദ്ദേശങ്ങളും നൽകിയ കെ. നന്ദിനി, വി. ബാലകൃഷ്ണൻ, മുനീറ വി.പി, വി. അജയകുമാർ, ദീപ തോമസ്സ് എന്നിവർക്ക് ഹൃദയപൂർവ്വം നന്ദി.

ഉള്ളടക്കം

കാലത്തിന് നേരെ പിടിച്ച കണ്ണാടി

ഡോ. സി.കെ. മോഹനൻ

അത്യുദാത്തമായ ആശയങ്ങൾ, അപൂർവ്വമായ കല്പനകൾ, ഉചിതമായ ബിംബങ്ങൾ എന്നിവ കൊണ്ട് ആഖ്യാനകലയിൽ അഴകിടം തീർക്കുന്നവർ കവികൾ. കവികളുടെ ലോകദർശന വ്യഗ്രത അനന്തസാധ്യതകളുടെ ആകാശജാലകം തുറക്കും. നൈസർഗികപ്രതിഭ, കാവ്യകലയുടെ ആധാരശിലയാണ്. പ്രതിഭയും വ്യുത്പത്തിയും അഭ്യാസവും ഏകത്ര സമ്മേളിക്കുന്നിടത്താണ് ഉദാത്തമായ രചനകൾ പിറവിയെടുക്കുക. ഷിജു ആട്ട്യലത്തിന്റെ സൃഷ്ടികൾ ഈ നിരീക്ഷണത്തിന്റെ പ്രസ്പഷ്ടമായ സാധൂകരണമാണ്.

'കാലം മായ്ക്കുമീ ദേഹത്തെയെങ്കിലും
മായ്ക്കാത്തതൊന്നുണ്ട് നമ്മുടെ സൃഷ്ടികൾ'

ഇത് ഒരേ സമയം കാലത്തിന് നേരെ പിടിച്ച കണ്ണാടിയായും സാമൂഹിക നിസ്സംഗതകളെ തകർക്കുന്ന പ്രഹരമായും അനുഭവപ്പെടും. അനവധി അർത്ഥതലങ്ങളുടെയും അവബോധത്തിന്റെയും അടരുകൾ തീർക്കാൻ ഈ കാവ്യകൃതിക്ക് കഴിയുന്നുണ്ട്. മലയാള കാവ്യസഭയിൽ ബഹുശോഭയിൽ അടയാളപ്പെടാൻ 'അടയാളമില്ലാത്തവൻ' എന്ന കവിതാസമാഹാരത്തിന് ശേഷിയുണ്ട്.

വേദനിക്കുന്നിടത്താണ് കവിതയ്ക്ക് സ്ഥാനം. രുദിതാനുസാരീ കവി: എന്ന് സംസ്കൃത സൂക്തി. രോദനത്തെ അനുഗമിക്കുന്നവൻ കവി. നിരുപാധികസ്നേഹത്തിന്റെ കൊടുക്കൽ വാങ്ങലുകളാണ് മാനവികതയുടെ മഹത്വം വെളിപ്പെടുത്തുക. ആളുകളെ പലമാതിരി വിഭാഗീയതകളുടെ തുരുത്തുകളിൽ നീക്കി നിർത്തി, സാഹോദര്യത്തിന്റെയും സൗഹൃദത്തിന്റെയും ശാദ്വലപാതകൾ കൊട്ടിയടക്കപ്പെടുമ്പോൾ കവി ഉള്ളുപൊള്ളി കുറിക്കുന്നു-

'രക്ഷ യാചിച്ചുകൊണ്ട് അലറിവിളക്കുന്നുണ്ട്
ആരും രക്ഷക്കായി എത്തുന്നില്ല'

ഇവിടെ വാക്കുകളെ ആടയാഭരണങ്ങൾ ധരിപ്പിച്ചിട്ടില്ല. രക്ഷക്കായി അലമുറയിടുന്നവൻ ഉപചാരമോ സ്ഥലകാലങ്ങളോ, ശ്രദ്ധിക്കാറില്ല. ഉള്ളിൽ കൊള്ളാതാവുമ്പോൾ എഴുതിപ്പോവുന്നതാണ് എഴുത്ത്.

'അടയാളമില്ലാത്തവൻ' എന്ന കവിത ഇങ്ങനെ അവസാനിക്കുന്നു.

'കരം പിടിക്കുവാൻ ഒരാളെങ്കിലും വരാതിരിക്കില്ല
എന്നെപ്പോലെ അടയാളമില്ലാത്തവൻ'

കെട്ടകാലത്ത് സ്നേഹനിരാസം സാധാരണകാഴ്ചയാകുമ്പോഴും കവിതക്ക് ഒരു ധർമ്മമുണ്ട് - പ്രത്യാശ പുലർത്തുക; അരുതായ്മകൾക്കും, അധാർമികതക്കുമെതിരെ വാക്കുകളുടെ ചൂട്ടുകത്തിക്കുക; കേടുകൾ കത്തിയമരും; പ്രതീക്ഷയുടെ പുതുപുലരി പിറക്കും.'എന്റെ കവി' എന്ന കവിതയിൽ ഷിജു ആട്ട്യലം ഇത് കൃത്യമായി ആവിഷ്കരിക്കുന്നുണ്ട്.

'പ്രാണനിൽ കലാപക്കൊടി ഉയർത്തി
ജിവിത നിമിഷങ്ങൾ കവിതയാക്കിയവൻ
കണ്ണുനിറയുന്ന പെങ്ങളിലയ്ക്കായ്
കൂടെ തളിർക്കാൻ വെമ്പുന്നവൻ.'

നമ്മൾ ജീവിക്കുന്ന ലോകത്തിന്റെ ഭൗതികപരിസരങ്ങളിലേക്ക് സൂക്ഷ്മദർശിയിലൂടെ ഉറ്റുനോക്കുന്ന കവിയുടെ അന്തരംഗത്തിന്റെ പ്രതിഫലനങ്ങൾ അനുവാചകനിലേക്ക് ഒരേ തരംഗദൈർഘ്യത്തിൽ സന്നിവേശിപ്പിക്കാൻ ഇതിലെ മിക്കവാറും രചനകൾ സമർത്ഥങ്ങളാണ്.

'തലയണ പറഞ്ഞത്', 'കതിലകം', 'ഡ്യൂട്ടി', 'ഇര', 'അംഗപതി', 'പൂമ്പാറ്റകൾ', 'പരിണാമം' തുടങ്ങിയ കവിതകൾ പ്രമേയത്തിലും പരിചരണത്തിലും പരസ്പരഭിന്നങ്ങളെങ്കിലും സാമൂഹ്യപ്രതിബദ്ധതയെന്ന ഒറ്റ ദർശനത്തിൽ പിറവിയെടുക്കുന്നതാണെന്ന് സഹൃദയർ തിരിച്ചറിയാതിരിക്കില്ല.

നമ്മുടെ രാഷ്ട്രീയപ്രയോഗത്തിന്റെ ഐറണികളിലേക്ക് കടുംവെളിച്ചം വീഴ്ത്തുന്ന 'ജനപദനിവേശം', 'അണക്കെട്ട്', 'മർമ്മവേധം', 'കുരിശേറ്റം', 'മംഗലഗൃഹം', തുടങ്ങിയ രചനകളും വൈയക്തികമായ ആകുലതകളിൽ നിന്നുയിരെടുത്ത, 'ഈ ദിനം', 'വേര്', 'സ്നേഹമില്ലാത്തവൻ', 'ഗദ്ഗദം' തുടങ്ങിയ കവിതകളും വായനക്കാരുടെ ഉള്ളം തൊടാൻ പോന്നവയാണ്.

സൈബർ സാങ്കേതികവിദ്യയുടെയും ഇന്റർനെറ്റിന്റെയും ലോകത്ത് കവിതയുടെ പ്രസക്തി സംബന്ധിച്ച് സംശയം കൊള്ളുന്നവർ കൂടിവരുന്നുണ്ട്. ഒന്നിനൊന്ന് വ്യത്യസ്തമായ നിർവികാരമായ യാന്ത്രികരചനകൾ പെരുകുമ്പോഴും യഥാർത്ഥകവിതക്ക് സുഭദ്രമായ ഇടമുണ്ടാകാതിരിക്കില്ല. 'ചൂല്', എന്ന രചനയിൽ ഷിജു ആട്ട്യലം ഈ ആശയം ഭംഗ്യന്തരേണ സൂചിപ്പിക്കുന്നുണ്ട്.

'ശിശിരമീവഴിയൽ ഇല കൊഴിഞ്ഞ
ചില്ലനോക്കി മൃതി വചനമോതി
നടന്നുപോയവരറിയില്ല

കിളിർത്ത നാമ്പുകൾക്കുമേൽ
വസന്തം വിരിഞ്ഞത്.'

'പ്രതിമ', 'നന്മമരം' തുടങ്ങിയ കുറുംകവിതകൾ ചേതോഹരങ്ങളാണ്. നുറുങ്ങുകവിതകൾ ബൃഹദാഖ്യാനങ്ങളേക്കാൾ ഹൃദയാവർജനങ്ങളാവുന്നതിന്റെ ദൃഷ്ടാന്തങ്ങൾ 'പപ്പടം', 'ചെരുപ്പ്', 'നായ', തുടങ്ങിയ രചനകളിൽ കാണാം.

'ഒരുരുളച്ചോറിനു വേണ്ടി
ഒരായുസ്സ് കാവലിരിക്കണോ?
വിശപ്പ് സഹിക്കാമെങ്കിൽ
വാലാട്ടില്ലായിരുന്നു'.

സ്വത്വം നഷ്ടപ്പെടുത്തി വിനീതവിധേയരായി ജീവിച്ചു തീർക്കുന്ന മനുഷ്യജന്മങ്ങളുടെ കലർപ്പറ്റ വിഷാദവിചാരമാണ് 'നായ'യെന്ന രചനയുടെ ഉള്ളടക്കം. സൂചനകളും ബിംബങ്ങളും കൊണ്ട് പറഞ്ഞതിനപ്പുറം പറയാൻ ബാക്കിവെക്കുന്നു. സഹൃദയൻ പറഞ്ഞതും പറയാനിരിക്കുന്നതും കണ്ടെത്തുന്നു.

'ജനപദനിവേശ'ത്തിൽ വാക്കുകളെ ശരമൂർച്ചയോടെ തൊടുക്കുന്നു. എടുക്കുമ്പോൾ ഒന്ന് തൊടുക്കുമ്പോൾ നൂറോ ആയിരമോ ആയിതീരാവുന്ന വാഗസ്ത്രങ്ങൾ! 'നാട്ടിടവഴിയിൽ തളം കെട്ടിയ ചെറുകുളം എന്റെ രക്തലായനിയാണ്', എന്ന് തുടങ്ങുന്ന കവിത അനീതിക്കും അധാർമ്മികതക്കുമെതിരെ വാക്കുകളാകുന്ന ആഗ്നേയാസ്ത്രങ്ങൾ എടുത്തു പെരുമാറുന്നു.

കണ്ണും കാതും തുറന്നിരിക്കുന്ന കവിക്ക് കവിത ബാഹ്യമായി യാതൊന്നുമില്ല. അണക്കെട്ട് എന്ന ശീർഷകമുള്ള കവിതയിൽ അണക്കെട്ട് അപ്രത്യക്ഷമാകുകയും ഒരു തൊഴിലാളിയുടെ നോവും നൊമ്പരവും ബാക്കി നിർത്തുകയും ചെയ്യുന്നു. വാച്യത്തെ അത്യന്തതിരസ്കൃതമാക്കി വർണ്യത്തെ വ്യംഗ്യത്തിലേക്കും ധ്വനിയിലേക്കും സംക്രമിപ്പിക്കുന്നിടത്താണ്, ഹൃദയഹാരിയായ കാവ്യരസം കിനിഞ്ഞിറങ്ങുക. കവിത കണ്ണീര് പോലെ വന്നുപോവുന്നതാണ്. അത് വിളിച്ചുവരുത്താവുന്നതല്ല. ജീവിതവഴിയിൽ ഏതിനോടെങ്കിലുമുള്ള മനസ്സിന്റെ ഭാവാത്മകമായ പ്രതികരണത്തിന്റെ നേരാവിഷ്കാരം കവിതയിൽ കലാശിച്ചേക്കാം. ആകുലതകളെയും ആശങ്കകളുടെയും വർത്തമാനത്തിൽ കരിയും പുകയും കുമിയുമ്പോൾ കവിതാസാഹിത്യം ഇളംകാറ്റ് പോലെ, നറുനിലാവ് പോലെ അനുവാചകനെ ആശ്വസിപ്പിക്കുന്നു; ആനന്ദിപ്പിക്കുന്നു.

എപ്പോഴെങ്കിലും എവിടെയെങ്കിലും ആർക്കെങ്കിലും സാന്ത്വനം പകരുന്നിടത്താണ് എഴുത്തിന്റെ സാഫല്യം. 'പഠിക്കാത്ത പാഠം', എന്ന കവിതയിൽ കവി പറഞ്ഞുവെക്കുന്നത് സഹൃദയർ ഓർത്തുവെക്കാതിരിക്കില്ല.

'ഓർമ്മച്ചെപ്പൊരിക്കലും അടയ്ക്കാതിരിക്കാം
ഓർത്തോർത്ത് വിതുമ്പാനല്ല
ഒരിക്കൽ കൂടി തോൽക്കാതിരിക്കാൻ'

മർദ്ദിക്കപ്പെട്ടവരും, ചതിക്കപ്പെട്ടവരും, ചൂഷിതരും, ഹൃദയത്തിൽ മുറിവുണങ്ങാത്തവരും പുതുപാഠം പഠിക്കേണ്ടതുണ്ടെന്ന് കവി ആശിക്കുന്നു; അവർ തോൽക്കാതിരിക്കണം; പഴയതോൽവികൾ ഓർമ്മച്ചെപ്പിലടക്കണം.

ചില കവിതകളുടെ ഏതാനും ഇതളുകളെ തൊട്ടുകാണിക്കാനേ ഇവിടെ ശ്രമിച്ചിട്ടുള്ളൂ. കൃതിയുടെ ബഹുവർണ്ണ സൗന്ദര്യവും ഭാവഗാംഭീര്യവും വായനക്കാരിലൂടെ സഫലവും സാർത്ഥകവുമാവും. ഷിജു ആട്ട്യലത്തിന്റെ കവിതയുടെ സാമാന്യ സ്വഭാവം, എല്ലാ കവിതകൾക്കും ഒരു മണിമുഴക്കമുണ്ടെന്നതാണ്. ദാർശനികമാനങ്ങളുള്ളതും ഭാവാത്മകതമുറ്റിയതുമായ ഈ കവിതകൾ ഏവരേയും വീണ്ടുവിചാരത്തിലേക്ക് നയിക്കാൻ പോന്നതാണ്. വ്യവസ്ഥാപിതമായ കവിതാസരണിയിൽ നിന്നുമാറി ആശയത്തിലും ആവിഷ്ക്കാരത്തിലും സ്വന്തം പാതയിലാണ് ഷിജു ആട്ട്യലം സഞ്ചരിക്കുന്നത്.

അതിവാചാലതയോ, കെട്ടുകാഴ്ചകളോ അശേഷമില്ല; ആദ്യന്തം പ്രചോദനാത്മകവും അനുഭൂതി സാന്ദ്രവുമാണ്. 'അടയാളമില്ലാത്തവൻ' എന്ന കാവ്യപുസ്തകത്തിലേക്ക് സഹൃദയരെ സ്നേഹാദരങ്ങളോടെ സാഭിമാനം സ്വാഗതം ചെയ്യുന്നു.

ജനപദനിവേശം

നാട്ടിടവഴിയിൽ തളം
കെട്ടിയ ചെറുകുളം
എന്റെ രക്തലായനിയാണ്
പ്രത്യയശാസ്ത്ര പിശാചിനെ
തുരത്താൻ നേദിച്ച
രക്തകലശത്തിന്റെ
ശേഷിപ്പാണിത്
അതിൽചവിട്ടി
കരിംചോല ഉടച്ച
ഗ്രാമവഴിയിലും
മണിസൗധങ്ങൾ
നിരന്ന നഗരവീഥിയിലും
നടക്കുക
മതപാഠശാലയിലെ
വറചട്ടിയിൽ ചുട്ടെടുത്ത
തലച്ചോറ് പ്രവർത്തിച്ചയാളിന്റെ
കാലിൽപുരളട്ടെ
ഒരുപേമാരിക്കും
നക്കിത്തുടച്ചാലും
മായ്ക്കാനാവാത്ത
കറയായ് പടരട്ടെ
ആത്മാവ് പിടയുന്ന
അന്ത്യനിശ്വാസത്തിലും
കപടവിശ്വാസത്തിന്റെ
മേദസ്സ് കുത്തിവെയ്ക്കുന്ന
കൈയിലും പടർന്നുകയറട്ടെ

അതിരുകോട്ടകൾ കാക്കാൻ
കരുതിയ ആയുധപ്പുരയിലും
ദേശീയതയ്ക്ക് നിറംതേച്ച
കരിനാക്കിലും പടരട്ടെ
ജീവൻതുടിക്കുന്ന പെണ്ണുടലിൽ
പോസ്റ്റ്മോർട്ടം പഠിക്കുന്ന
ചെന്നായ്ക്കളുടെ
ഉടലിലും പുരളട്ടെ

യക്ഷിപ്പന

മുറുക്കിത്തുപ്പാറില്ലവൾ
മറവിയിൽ ആഴങ്ങളിൽ താഴ്ന്ന
ഒളിമങ്ങിയ ഓർമ്മകളെ ഉരച്ച്
നിറമുള്ള കനവുകളാൽ
ചുണ്ട് ചുവപ്പിക്കുകയാണവൾ
നിലാവ് നയനനാളിയിലൂടെ
നദിയായ് ഒഴുകിഹൃദയത്തിൽ
നനുത്ത അനുഭൂതിപകരുമ്പോൾ
ഒരു കാമുകഹൃദയം
വെറ്റിലയായ്
പ്രതീകവചനംചൊല്ലി
പ്രണയം യാചിച്ചിരുന്നവൾ
കാമുകസാമീപ്യം കൊതിച്ച്
സുരഭിലരാത്രികളെ
ധന്യമാക്കുവാൻ
ആ വഴിയോരത്ത് കാത്തിരുന്നിട്ടുണ്ട്
പാലപൂമണകൂന്തലഴിച്ച്
മധുരമൊഴി
മന്ദഹാസം പൊഴിച്ച്
കുണുങ്ങി ചാരത്തുവന്നുനിന്നിട്ടും
പേർചൊല്ലി വിളിച്ചത് യക്ഷിയെന്ന്
ദംഷ്ട്രിയായ് അട്ടഹസിച്ചതും
കണ്ണിൽ തീമഴ ഉതിർത്തതും
മാലോകരുടെ പെരുംനുണ
പടഹസാഹിത്യവചനം
ആ പനമരം വെടിഞ്ഞിന്ന്

തെരുവുവിളക്കിന്റെ പകലിൽ
കൊടിതോരണങ്ങൾ പൂത്തുലഞ്ഞ
ഗന്ധകപ്പുക തുപ്പി കുതിക്കുന്ന
നഗരവഴിയോരത്തിരിപ്പുണ്ടവൾ
കുഞ്ഞിൻ വിശപ്പടക്കാൻ
കപടസ്നേഹിതൻ കീശയിൽ
കണ്ണുംനട്ട്

അണക്കെട്ട്

പാഞ്ഞുപോകുന്നതിന്
ഒരുവേള വിശ്രമം
കിതപ്പൊന്നടക്കുവാൻ
കുതിപ്പിന് ഒരുങ്ങുവാൻ
ലക്ഷ്യമണയുംനേരംവരെ
ആരെല്ലാമോ കൂടെയുണ്ട്
എന്റെ കുതിപ്പിന്റെ ഊർജ്ജം
ഊറ്റിയത് വിൽപ്പനയ്ക്കുണ്ട്
കുതിപ്പിനിടയിൽ ഓരത്തടിയും
ശേഷിപ്പുകൾ പകുത്തെടുപ്പിന്
കരാറുറപ്പിക്കലിന്റെ
കോലാഹലം നിലച്ചില്ല
കാറ്റുകൊണ്ടുപോയിട്ടും
ഒട്ടും വേദനയില്ലാതെ
നിലവിളികൾക്ക്
കാതുകൊടുക്കാതെ
ഓടിപ്പോകണം
ഉണങ്ങിയ മരത്തിന്റെ
വേരുകൾ സാന്ത്വനിപ്പിക്കുന്നുണ്ട്
പിന്നിട്ട വഴികളെക്കുറിച്ച്
ചോദിച്ചറിയുന്നവരുണ്ട്
വെറുതെ ഒരു മിത്രമാണെന്ന
വേഷമണിയാൻ
എങ്കിലും ഒരു കാനനച്ചോല
തണുപ്പ് ഉള്ളിലെവിടെയോ
ഓർമ്മയിൽ

അനുഭവിക്കുന്നുണ്ട്
ആഴത്തിലുള്ള മുറിവുകളിൽ
വിരിഞ്ഞചുവന്ന പൂവ്
ബൊക്കയായ് ഒരുങ്ങുന്നുണ്ട്
വിജയികളുടെ
അനുമോദനത്തിന്

എന്റെ കവി

പ്രണയിനിയെ ദാരിദ്ര്യത്തിന്റെ
ദുരിതോമ്മറത്ത്
വിളിച്ചിരുത്താതെ
പ്രണയം
ഹൃദയത്തുടിപ്പാക്കിയവൻ
ഇനിയൊരു ജന്മമുണ്ടെങ്കിൽ
അവളിൽ തളിരിട്ട
കവിതയാകുന്നവൻ
പ്രാണനിൽ കലാപക്കൊടി ഉയർത്തി
ജീവിതനിമിഷങ്ങൾ
കവിതയാക്കിയവൻ
ശവപ്പെട്ടി ചുമക്കുന്നവർക്കുപോലും
ഹൃദയപുഷ്പം
ഒസ്യത്ത് എഴുതിവെച്ചവൻ
ഉണങ്ങാത്ത മുറിവിൽ
വീശിത്തരുന്നോർക്ക്
ലഹരിപകുത്ത കരൾ പകർന്നവൻ
ആനന്ദത്തിലും ദുഃഖത്തിലും
കണ്ണുനിറയുന്ന പെങ്ങളിലയ്ക്കായ്
കൂടെ തളിർക്കാൻ വെമ്പുന്നവൻ

മർമവേധം

കതക് ചാരിയിരുന്നില്ല
എന്നിട്ടും
എന്റെ കതക്
കൊട്ടിയടച്ചെന്ന് ചൊല്ലി
അയൽക്കാരന്റെ കതകിൽ
മുട്ടിവിളിച്ചതെന്തിന്
പ്രാണൻ നുറുങ്ങുന്ന വേദന
അറിഞ്ഞിട്ടും
പറയാമായിരുന്നെന്ന്
പൊഴിവചനം
വാഴയിലവിരിയിൽ
കിടത്തിക്കുളിപ്പിച്ച്
തോർത്തിയതിൽപിന്നെ
നിന്റെ കവിളിൽ
ഒലിച്ചിറങ്ങിയ കണ്ണീർ
എന്റെ കോടിപ്പുടവയിൽ
പതിയാതെ നോക്കുക
ഒരു ചെമ്പരത്തിപ്പൂവ്
മൃതിയിടത്ത്
വിരിഞ്ഞുനിൽപ്പുണ്ടെങ്കിൽ
അരുത്
രക്തസാക്ഷിപരിവേഷം

കുരിശേറ്റം

ഈ മണ്ണിൽനിന്നു
പിഴുതെറിയുമ്പോൾ
നുറുങ്ങുപോലും ശേഷിക്കരുത്
ഒരു നുറുങ്ങ് വേരിൽനിന്നും
തളിർക്കും മാനത്തോളം
ശ്വസംമുട്ടിക്കുന്ന ക്രിയകൾ
തളർത്തുമെന്ന് കരുതിയവർ
ഉയിർത്തെഴുന്നേൽപ്പിന്
വഴിയൊരുങ്ങുമെന്നറിഞ്ഞില്ല

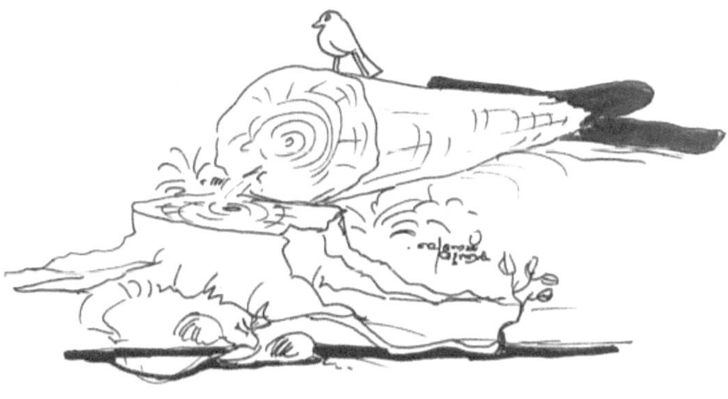

തോണി

തുഴയേണ്ടതില്ല
സഹയാത്രികൻ
തുഴഞ്ഞെത്തുന്നിടത്തിറങ്ങാം
തുഴയെറിയും ഓളപ്പരപ്പ്
അതിർവരമ്പ്
നിറമുള്ള കാഴ്ചകൾ
ഒരു സെൽഫി
കുന്നിൻമുകളിലെരിയും
വിളക്കണയുവോളം
വഴിനീളെപതനുരഞ്ഞ
ഓളപ്പരപ്പ്
ആഴങ്ങളിലെവിടെയോ
നടന്ന രാസയുദ്ധത്തിന്റെ
ലാവപ്രവാഹമാവാം
അകംമറഞ്ഞ കാഴ്ച
ഒരു വൈഡ്സ്നാപ്പ്
കാഴ്ചയുടെ
മറുകരയണയുവോളം
തുഴ ചലിക്കുന്നിടത്തോളം

അന്ധൻ

അന്ധതയിൽ കഴിയുന്നവൻ
പകലിന്റെ കാവ്യഭംഗിമൊഴിയില്ല
ഇരുട്ടിന്റെ കാല്പനികതയ്ക്ക്
കേൾവിക്കാരനെ കൂട്ടുവാൻ
ജാലവിദ്യ കാട്ടാനൊരുങ്ങും
മഴപൊഴിക്കുന്ന സീല്ക്കാരം
പുതപ്പിട്ടകുളിരിലും വാചാലനാകും
മഴനൂൽ വിരിച്ചിട്ട കാഴ്ചയും
പീലിവിടർത്തിയ മഴവിൽക്കാഴ്ചയും
കാഴ്ചകൾ ആഗ്രഹിക്കാത്ത മനസ്സും
കാണാൻ കഴിയാത്ത
അന്ധതയാണെന്റെ വിജയം

മംഗലഗൃഹം

തല്ലിത്തകർത്ത
ദേവാലയത്തിൽ
കോടതിയൊരെണ്ണം
പണിതുയർത്തി
അവിടെ പ്രതിഷ്ഠിച്ച
ജഡ്ജി ദേവന്റെ
പ്രസാദം ഭുജിച്ചിന്ന്
ശ്രേഷ്ഠനായി
ദൈവവും ഞാനും
നാടുവാഴാൻ
ഉടമ്പടി വാക്കാൽ ഉറച്ചിരുന്നു
കാവലായ്നിന്ന
അന്വേഷികൾ
തോറ്റവനായി അഭിനയിക്കും
കേളികൾ പാടുന്ന
മാധ്യമപാണന്റെ
തൊള്ളയിൽ പൊൻപണം
തിരുകിയപ്പോൾ
കണ്ണുണ്ട് കണ്ടില്ല
കാണാൻ തുനിഞ്ഞില്ല
പാടുവാൻ വേറെ
ഏറെയുണ്ട്

തലയണ പറഞ്ഞത്

അധികാരക്കൊതി
ലഹരിയിൽ
നുരഞ്ഞ്പൊങ്ങിയ
തുരുമ്പുമൊഴിയുതിരും
തലതാങ്ങിമടുത്തു
മുപ്പത് വെള്ളിക്കാശിന്
ഒറ്റുകൊടുത്തവന്റെ
സന്തതിപരമ്പരയുടെ
തലതാങ്ങിമടുത്തു
യൂദാസ്കോട്ടിട്ട്
ചർച്ച നയിക്കുന്നത്
കണ്ടിരിക്കുന്നവന്റെ
തലതാങ്ങി മടുത്തു

ഈ ദിനം

ഓർക്കാതെപോയ് നാം
അമ്മയെന്ന നന്മയെ
ഓർക്കാതെപോയ് നാം
നന്മയെന്നമ്മയെ
ഓർക്കുവാനാദിനം
മാത്രമായെങ്കിലും
ഓർക്കുവോരുണ്ടോ ജന്മഭൂവിൽ
പേറിനടന്നു തളർന്നതിനാലാവോ
പോരിടം മാറിൽ പടർന്നതിനാലോ
പേടിപ്പെടുത്തും കെടുതികളായി
പാവനദേശം മാറിടുന്നു
കാനനഛായയും കരിമുകിലും
കാറ്റും കുളിരും കിളിമൊഴിയും
കാവും കുളവും കാട്ടാറും
കനവുകളല്ലേ കഥകളിലെ
ആധി പൂണ്ടാവതില്ലാഞ്ഞതിനാലിതാ
ആരോ കൊരുത്തിട്ട ചങ്ങലപ്പൂട്ടിന്റെ
അറ്റം തിരഞ്ഞു അലഞ്ഞുപോകുന്ന
അന്ധനാം കാവലാളാകുന്നിയാൾ
യൗവനം വറ്റി ചുളിവാർന്ന മേനിയിൽ
രാവോളം തേച്ചുമിനുക്കിയൊരുക്കി
രാവിന്റെ വറ്റിയ വർണ്ണവെളിച്ചത്തിൽ
രമിക്കുവാനായി വിലപേശിടുന്നു
ഒരുനാമ്പ് നട്ടുനനയ്ക്കുവാൻ ഈദിനം
മണ്ണ് കിളച്ചുമറിച്ചു വിയർത്തിടാം
കാനനം തീർക്കുവാനല്ലെങ്കിലും
ആ നിഴൽക്കുളിരിനാൽ തളർച്ചമാറ്റാൻ

പെയ്ത്ത്

കർക്കടകത്തിന്
കന്മഷത്തിൻ
തനിപ്പകർപ്പുണ്ട്
മുറ്റത്തെത്തും
വേടൻ മിനുക്കിൽ
ദൈന്യതഭാവം കാണാം
വിറകൊണ്ടുതിരും
അകമ്പടിവാദ്യം
പശിയുടെ താളം കേൾക്കാം
ഉള്ളുപുകയുന്നുണ്ടെന്ന്
തോറ്റം വരികളിൽ നുരയുന്നു
യുദ്ധഭൂവിൽ മുഖരിതമാകും
ഞാണൊലിയായി ഇടിനാദം
കുതിരക്കുളമ്പടിപ്രഹരമേറ്റ്
പൊട്ടിത്തകർന്ന് നിലംപതിക്കും
കരിംകടൽപെയ്ത്ത്

ചൂല്

പടിയിറങ്ങുവോരത്ത് കാണുകിൽ
അപശകുനമാകുന്നുവെങ്കിൽ
ദിനമെന്നും നിലംതൂത്തുവാരുവോർ
മനമൊരിക്കലെങ്കിലും തൂത്തുവാരുക

ഇരുട്ടുമൂലയിൽ ചടഞ്ഞിരിക്കുന്നത്
സഭാകമ്പമുള്ളതിനാലല്ല
വേണ്ടിടത്തുവെളിവാകുക എന്നത്
യുക്തിയുള്ളോരുടെ കർമ്മം

തീണ്ടാപ്പാട് അകലമളന്ന്
ചാണകകലശശുദ്ധിയിൽ
സ്വവർഗ്ഗത്തെ വർഗ്ഗീകരിക്കുവോർ
മാനവരല്ലാതെ മറ്റാരുണ്ട്

കരുണവറ്റിയ കണ്ണാൽ
കാഴ്ചകാണുവോരുടെ ചങ്കിൽ
കനിവ് തേടുവോരുടെ വിയർപ്പ്
കാണംവിളയും നിലംനനയ്ക്കും

ദീപാവലിനാളിൽ ഭുജിച്ച
പെൺകരളിൽ പിറന്ന
കുഞ്ഞിന് ഈ മണ്ണിൽ
ഇത്രയും ഇടം മതിയാകുമോ

ശിശിരമീവഴിയിൽ ഇലകൊഴിഞ്ഞ
ചില്ലനോക്കി മൃതിവചനമോതി
നടന്നുപോയവരറിയില്ല
കിളിർത്തനാമ്പുകൾക്കുമേൽ
വസന്തം വിരിഞ്ഞത്

മതിലകം

വീടൊരു കൂടുമതി
മതിലാവണം രാജകീയം
വീടാരുകാണാൻ
മതിലിനപ്പുറം കൂട്ടിൽ
പിള്ളയും തള്ളയും
ഈ ഞാനും
ആവുംകാലത്ത്
കൂട് വീടാക്കാം
മതിലുയരട്ടെ
യശസ്സുയരട്ടെ
മതിലകത്ത്
ഒരുയന്ത്രം വാങ്ങും
വിലകൂടിയ നായ
കുരയ്ക്കുന്നയന്ത്രം
ചെലവില്ല - ഒരു സെല്ല്മതി
ആരറിയാൻ പിള്ളയും
തള്ളയും ഈ ഞാനും

കടപ്പത്രം

വേണം ഇനിയുമെത്രയോ
ജന്മമത്
ഈ ജീവിതപ്പാതയിലെ
കടം തീർക്കാൻ
ചെണ്ടകൊട്ടി
ജപ്തി തെയ്യത്തമ്പുരാൻ
എഴുന്നള്ളി
തിരുമുറ്റമണയുമ്പോഴേക്കും
പഴയ മുതലും
കൂട്ടുപലിശയും തീർത്ത്
പുതിയ കടഹരജിയിൽ
ഒപ്പുചാർത്താൻ
രൂപമത് മാറി വിരൂപിയാകാം
വരണ്ടുണങ്ങിയദേഹത്ത്
എഴുത്തറിയാത്ത കുരുന്ന്
കുറിച്ചിട്ട ചിത്രം പോൽ
ചുളിവുകൾ
ചിലപ്പോളത് ഭൂപടമാകാം
മണ്ണിൽ സമൃദ്ധിയുടെ സ്വപ്നം നെയ്ത്
പരാജിതരായ
കർഷകജീവികളെ
ചേർത്തുവരയ്ക്കാവുന്ന രേഖകൾ
വരും വീണ്ടും വന്നണയും
എന്നെങ്കിലും
കടപ്പാടുകൾ പലിശരഹിതമാകും ദിനം
ആ കടംവീട്ടാം
കാലം അനുവദിച്ചാൽ

പപ്പടം

എണ്ണയിൽ
തപിച്ചപ്പോഴാണ്
സദ്യയിൽ മുമ്പനായത്
അകമേ ഞാനെന്റെ
ഭാരമേതുമൊളിക്കാതെ
തുറന്നുവെച്ചതും
ഞാനെന്നഭാവം
വിട്ടകന്നപ്പോഴുമാണ്
ഞാൻ ഞാനായത്

പ്രതിമ

നാടിന്റെ ഉൾത്തുടിപ്പറിഞ്ഞ്
നാടിന് ജീവിതം
പകുത്തുനൽകിയപ്പോൾ
അറിഞ്ഞില്ല
നാട് പകുത്തെടുക്കുന്നതിന്
തത്വസംഹിതയൊരുക്കുന്നവർ
കാഴ്ചക്കാരനാക്കി
കൂടെനിർത്തി
പ്രതിമയാക്കി ശിക്ഷിക്കുമെന്ന്

ചെരുപ്പ്

കാൽക്കീഴിലിട്ട്
ഞെരിച്ചിട്ടും
തേഞ്ഞുതീരുന്ന
നിമിഷവും
വേദനിക്കാതെ
വേദനിപ്പിക്കാതെ
പടിക്ക്പുറത്ത്
കാത്തിരിപ്പുണ്ട്

നായ

ഒരുരുള
ചോറിനുവേണ്ടി
ഒരായുസ്സ്
കാവലിരിക്കണോ?
വിശപ്പ്
സഹിക്കാമെങ്കിൽ
വാലാട്ടില്ലായിരുന്നു

വെയിൽപറഞ്ഞത്

പുഞ്ചിരി തുളുമ്പുന്നതാണെന്റെ വദനം
പുഞ്ചിരിക്കാനാവതില്ലെനിക്ക്
മരവിച്ച് നിശ്ചലമായ ഈ നിമിഷത്തിൽ
മേഘലശീല ഈ പുഞ്ചിരിമറയ്ക്കട്ടെ
മഴ അവളെന്റെ മധുരകാമിനി
പശ്ചാത്താപം അവൾക്കുമുണ്ട്
ഊർന്നിറങ്ങിപ്പോയ കുന്നുകളെല്ലാം
ഇരുട്ടുപുതച്ച മരുഭൂമികൾ
ഒഴുകിയകന്ന കുന്നുകളിലെല്ലാം
നുറുങ്ങിയവേര് കലർന്നിരുന്നു
കുരുന്നുകളുടെ ഹൃദയത്തുടിപ്പ്
പിന്നിട്ട കാലൊച്ചകളാകുന്നുവോ
ജീവശ്വാസമകന്ന നിമിഷങ്ങൾ
ശൂന്യമാകുന്നു തളിരിടാനാവാതെ
ഒരുനാൾപോലും നിറഞ്ഞുപെയ്താൽ
നിറഞ്ഞ കണ്ണാകുന്നു ഭൂമി
ഒരുനാൾ നിറഞ്ഞൊന്നു പുഞ്ചിരിച്ചാൽ
കരിഞ്ഞുണങ്ങുന്നു ഈ മണ്ണ്

തമര്

നുകം കെട്ടിയ മുതുകാണ്
ചുമന്ന കാലം മുഴുക്കേ
ചവിട്ടിമെതിച്ചത്
മണ്ണായിരുന്നില്ല
മാനവജന്മത്തിൻ മനസ്സാണ്
അനവരതം ഉഴുതുമറിച്ചത്
കാളയായ് ജന്മമെടുത്തിരുന്നെങ്കിൽ
മണ്ണിന്റെ ചൂരും
ഗന്ധവും നിശ്വാസവും
ഭാസുരമായ്
ആത്മാവിൽ നുകരാം
രണ്ടുകാലി നുകം കെട്ടി
ഉഴുതെടുക്കുന്ന ശേഷിപ്പുകളിൽ
ജീർണ്ണഗന്ധം വമിക്കും
യജമാനന്റെ
പൊള്ളിക്കുന്ന വായ്ത്തലമൂർച്ച
സ്വവചനമായി തലയിൽപേറി
കനവ് കയറി
മലമടക്കിൽ മേയുന്ന
മാനിനെ വിറളിപിടിപ്പിച്ച്
അനർഗളമായ് അലറി
പാഞ്ഞുപോകും പുഴയുടെ
ഒഴുക്കിന്റെ ഗതിമാറ്റുമെന്ന്
ഉച്ചത്തിൽ ഈർച്ചവാൾ ചട്ടംവിളമ്പും
നിരസ്തമയം നേരമേതും
ഉഴുതുമറിക്കുന്നതെന്തെന്ന്

അറിയാത്തവർ ഇരുകാലിജീവികൾ
മൃഗമല്ല മനുഷ്യനുമല്ലിത്
മനുഷ്യാനുരൂപമാം
വാർത്ത അവതാരം
പായ്മരുശൃംഗത്തിലെ വൈറസ്
ചാനൽവൈറസ്

ഇരുട്ട്

എന്തെങ്കിലും എരിഞ്ഞൊടുങ്ങണം
ഇരുട്ടിനെ തള്ളിമാറ്റുവാൻ
വെളിച്ചമാകാൻ വെമ്പുന്നവർ
നേരത്തേ എരിഞ്ഞൊടുങ്ങും
ആക്കവും താളവും പുലമ്പുന്നവർ
വെളിച്ചം തിന്നുന്നവർ
ചുറ്റിലും
ഇരുട്ടിൻ കരിംചായമുണ്ട്
ചുവട്ടിലായ്
കയത്തിൻകൊടുംചുഴിയുണ്ട്
അതിൻമേലയാണ്
ഈ വഞ്ചി ഉലയുന്നത്
തുഴയെറിയുവാൻ തുഴച്ചിലറിയുന്നവർ
കത്തിപ്പടരുന്ന ജ്വാലയിൽ
ഇരുട്ട് പാഞ്ഞകലുന്നുണ്ട്
അവർ ജ്വലിക്കുന്നിടം
ഞാനെന്തിനു വിയർക്കണം
തുഴച്ചിലഭിനയിക്കാം
പൊതുമണ്ഡലം കാഴ്ചയ്ക്കായ്
വേണ്ട ഉറക്കെന്നു നടിക്കാം
തീരമണയും വരേക്കും
തുഴയാനിനി ആരുണ്ട്
എരിയാനിനി എന്തുണ്ട്

ഡ്യൂട്ടി

കരുത്തുറ്റ കാരിരുമ്പിൻ
വൈദ്യുതിക്കാലിനടുത്തായ്
അറ്റംകാണാക്കമ്പിയിൽ
ചത്ത്കരിഞ്ഞ്
തൂങ്ങിനിൽപ്പുണ്ട്
പ്രാണൻ പിടഞ്ഞ്
കുതറി അകലുമ്പോൾ
കണ്ഠനാദം കേട്ടിട്ടും
കരുത്തോടെ
താങ്ങിനിൽക്കുകമാത്രം
ശീലിച്ചതുകൊണ്ടാകാം
നെഞ്ചിൽ തിളച്ചത്
നിശബ്ദമായ് ഒടുങ്ങിയത്

കാറ്റ് പിടിക്കാത്ത മരം

കനലുപെയ്യുന്ന
മീനമാസപ്പകലിൽ
ഒരുനുറുങ്ങ് കുളിരുമായ്
നാടോടിതെന്നലെത്താൻ
ഘടികാരസൂചിമുന
ഇനിയുമെത്രയോ
വട്ടമിട്ടു പറക്കണം
വറചട്ടിയിലെ ഗന്ധം
ജീവൻതുടിപ്പിന്
മൂക്ക് വിടർത്തി
വലിക്കുകിൽ
പ്രാണൻ കരിഞ്ഞതാകാം
ഇവിടെയൊരു മരമുണ്ട്
പാഴ്മരമെന്ന് ചിലർ
ആമരച്ചോലയാണെന്റെ
കുളിരും നിശ്വാസവും
ചിറകൊടിഞ്ഞതും
കാലൊടിഞ്ഞതും
പിച്ചവെയ്ക്കുന്നതും
കൂടില്ലാത്തതും
ജീവനുകളുണ്ടിന്ന്
ആ വൻമരച്ചില്ലയിൽ
ഉയർന്നുപറക്കുന്നവരും
ചിറകുകനക്കുമ്പോൾ
ചുണ്ട് വറ്റിവരളുമ്പോൾ
ചേക്കേറുകയുണ്ടിവിടം
ജീവിച്ചുതീർത്ത നിമിഷങ്ങളെ
തിമിരം തീർത്ത
നേർത്ത തിരശ്ശീലയിൽ
പകർന്ന്കാണുവോരുടെ
തണലാക്കുന്നമരം

വേര്

ആഴങ്ങളിൽ
ആത്മാവിലേക്ക്
ആഴ്ന്നിറങ്ങിയതാണ്
ലവണങ്ങളെല്ലാം

ആവാഹിച്ച്
തീരുന്നിടത്ത്
പിന്നെയും
ആഴങ്ങളിൽ
ഒരുതണുപ്പ്
ശേഷിക്കുന്നിടത്തോളം

എതോ ഇരുൾക്കയത്തിൽ
വിങ്ങിനിൽക്കു
നോവിൽ പൊടിയുന്നനനവ്
ഹർഷോന്മാദനിമിഷം
നഷ്ടമാകുന്നിടത്തെ വിഷാദം

ജൈവികധാര
അസ്തമിച്ച് ജീർണ്ണിച്ച്
ഒരുജഡം

നഷ്ടമായ പ്രണയം
അടങ്ങാത്ത വിതുമ്പൽ
ആശങ്കയും നിരാശയും
നനവ് പടരുന്നിടത്ത്
ഒരു വേര് പാഞ്ഞെത്തും

തട്ടുകട

പാതയോരത്തെ
ആനുറുങ്ങ് പകലിൽ
ആളനക്കമുണ്ട്
ആവിപറക്കുന്ന
പാത്രങ്ങൾക്ക് ചുറ്റും
പിടിച്ചുവലിക്കുന്ന
മാസ്മരികഗന്ധമില്ല
പകലിനെ കനത്തരാവ്
വിഴുങ്ങാൻ വെമ്പുന്നു
കട്ടൻചായയും കാപ്പിയും
ചില്ലുപാത്രത്തിലെ
ആവിപറക്കുന്ന ഇരുട്ട്
വിഴുങ്ങുന്നുണ്ട് ചിലർ

കണ്ണുകൾ ഉറക്കത്തിന്
കൊതിക്കുന്നു
മുഖത്ത് പാതിരാപ്പാച്ചലിൻ
വിരസത
ഓടിയെത്താനുള്ള വെമ്പൽ
ഹൃദയതാളത്തിൽ
ഭക്ഷണം പാതിവയറുമാത്രം
അടുത്ത ഒരുവലിയ
പകലിൽ വയറുനിറയ്ക്കാം

പിന്നിൽ യാത്രതിരിച്ചവർ
ഊർന്നുപോയകലുന്നു
മുന്നേ യാത്രതിരിച്ചവരിൽ

ചിലർക്കിവിടെ
ഇടക്കാലവിശ്രമം
അറ്റുവീഴാത്ത ചങ്ങലക്കണ്ണിയാം
രാവുംപകലും

ഈ നുറുങ്ങുപകൽ
കണ്ണികളറ്റ് ചിതറി
പാഞ്ഞകലാത്ത
വെൺമേഘങ്ങളെതിരയുന്നു

ഇര

ആ ഇരയിൽ ചൂണ്ട
ഒളിഞ്ഞിരുപ്പുണ്ടെന്ന്
അറിഞ്ഞിട്ടുതന്നെയാണ്
കണ്ണുകളടച്ച് വിഴുങ്ങിയത്
ചൂണ്ടയിൽ കോർത്ത ഇര
വിശന്നിരിക്കേയാണ്
ചൂണ്ടയിൽ കോർക്കപ്പെട്ടത്
ഇരയെകോർത്ത
നീ അറിഞ്ഞിരുന്നില്ലേ
ഇര വിശന്നിരിപ്പാണെന്ന്
വിശന്നവനാലാണ് ചൂണ്ടയിൽ
കോർക്കപ്പെട്ടതെന്ന്
ഇര അറിയുന്നു
ആ ഇരയെ ഇരയാക്കി
ഞാനും ഇരയായി
എന്നെ ഇരയാക്കിയ
വിശന്നവൻ നീയും

എനിക്ക് നിന്നിലെത്താൻ
അടുക്കാൻ അതിർവരമ്പുണ്ട്
കര എനിക്കും
ജലം നിനക്കും
കരകായലിലേക്ക്
പടർന്നാൽ ഞാനില്ല
കായൽ കരയിലേക്ക്
പടർന്നാൽ നീയുമില്ല

രാത്രിയും പകലുംപോലെ
രണ്ട് ഭിന്നഭാഗങ്ങളിലാണ് നമ്മൾ
സായന്തനമെന്നപോൽ
കരയും കായലും ചേരുന്നിടത്ത്
ഒരു സംഗമം
ചൂണ്ട ചതിയുടെ പര്യായമല്ല
ഒരു മാധ്യമം മാത്രം

നയശീല

പ്രണയമരാമരത്തിൻ സഹ്യശിഖരം
ഇലമർമ്മരങ്ങൾക്കപ്പുറം ഒരുവാക്ക്
താലിച്ചരടിൽ അധികാരം ഉറപ്പിക്കൽ
ഉറപ്പിച്ചതിൽ കൂടുതൽ ഒരുപണതൂക്കം

സ്വപ്നച്ചിറകുകൾ കരിഞ്ഞുതുടങ്ങും
ഗന്ധമുയരുമ്പോൾ ഒരു ജാഗ്രത
രാത്രികൾ, അന്നംമുടങ്ങിയ ദിനങ്ങൾ
കൊളുത്തിയവെളിച്ചമണയാതെ

കൊടുംക്ഷോഭത്തിന്റെ കനലിൽ
വേവാതെ, ചുറ്റിലുംമഞ്ഞുവീഴുന്നു
മുട്ടുകാലിൽ അനാഥത്വം യാചന
അധികാരത്തിന്റെ മൂക്കുകയർ

നീയൊരുവൾ നീ മാത്രമാവില്ല
കീഴടങ്ങുമ്പോൾ കീഴ്പ്പെടുന്നത്
നിശ്വാസം വെടിയാനൊരുങ്ങുമ്പോൾ
ഓർക്കുമോ ക്രൗര്യമുനയൊടിക്കും
കവചങ്ങളുണ്ടെന്ന്

മാനംതെളിഞ്ഞുതന്നെ നിൽക്കുന്നു
പറക്കാൻ ചിറക് കരുതിവെയ്ക്കുക
പൊക്കിൾക്കൊടി അറുത്തുപിരിഞ്ഞ
ഗർഭപാത്രത്തിൻ ബന്ധമേയല്ലിത്
ഇറങ്ങിയ പടിക്കെട്ടുകൾ മാഞ്ഞുപോകില്ല
തിരിച്ചുകേറാവുന്ന നിന്റെ വഴികൾ

അംഗപതി

എത്ര മഹാരഥൻമാരുടെ ചേതന
അറുത്തെടുത്തിട്ടും ആർത്തിയടങ്ങാതെ
ദുരപൂണ്ട് അധർമ്മയുദ്ധം തുടരുന്നു
കുരുക്ഷേത്രത്തിൻ കർമ്മഭൂവിൽ

ജീവിതപരിത്യാഗത്താൽപടുത്ത
നന്മവിതച്ച പ്രമുഖപ്രതിഭകൾ
കാലിടറിവീഴുന്നു മാനവകുലത്തിന്
പ്രകാശം ചൊരിഞ്ഞ നട്ടുച്ചസൂര്യൻമാർ

മനസ്സ് മരിച്ചവർ കൂട്ടമാകുന്നുനാം
അനാഥമീലോകം
വെള്ളപുതച്ചുകിടത്തുകയായ്
കണ്ണിൽ ഉറവകുതിക്കുകയായ്

ജീവനെടുക്കുക എന്റെ
ഞാൻ വെറുമൊരു കാലാൾ
അവരുടെ പ്രാണൻ തിരികെനൽകുക
പാരിൽ പ്രഭചൊരിയട്ടെ

തോൽക്കുവാനാവില്ല പൊരുതിമുന്നേറുവാൻ
ആയുധപ്പുരകൾ നിറയ്ക്കുക നാം
അകലാതിരിക്കാൻ അടുക്കാതിരിക്കാം
അടുത്തുനിൽക്കാതെ അകലാതിരിക്കാം

നന്മമരം

മുമ്പ് ഒരാൾ ഒരു തൈനട്ടു
വെൻഡുലേറ്റർ സ്ഥാപിക്കുന്ന
ടെക്നീഷ്യന്റെ തലയെടുപ്പോടെ
ഇന്ന് ആമരത്തിൽ
ഒരു ബോർഡ് തൂങ്ങിക്കിടപ്പുണ്ട്
നിങ്ങൾ ഭക്ഷണം കഴിച്ചോ?

കനൽ

വെയിലുകൊള്ളട്ടെ ഞാൻ
എന്റെ മാറ്റം എന്തെന്നറിഞ്ഞ്
ഒരു വാക്യം പറയുവാൻ
വെയിലിന്റെ ഉഗ്രതാപത്തിന്
ഒടുവിൽ സായന്തനത്തിൽ
വരണ്ടു കീറിയ കാൽപാദം
ഉച്ചിയിൽ ഉറവയെടുത്ത നദികൾ
വായയിൽ ഉപ്പുജലതടാകം
ചർമ്മം ഇരുണ്ടുണങ്ങി
രൂപാന്തരം ഭൂപടങ്ങൾ
പറയാൻ ഒരു വാക്യം
ചന്ദ്രികയായി വാനിലുദിച്ചു
കണ്ണുകൾ പ്രേക്ഷകനെ തിരഞ്ഞു
ചുറ്റിലും കൊടുംവെയിലേറ്റവർ
അവരോടിനി എന്തു പറയാൻ

പൂമ്പാറ്റകൾ

പൂക്കളുടെ ചെവിയിൽ
കുമ്പസാരിക്കുകയാണോ
വർണ്ണപ്പകിട്ടണിഞ്ഞ പൂമ്പാറ്റകൾ
നീളം കുറഞ്ഞ ജീവിത നേരത്ത്
വിശേഷങ്ങളെന്താണ് കൈമാറുന്നത്
തെറ്റിനോ ശരിക്കോ ചോദ്യത്തിനോ
സമയം തികയാത്ത നേരത്ത്
പൂവിന്റെ കഥ കേൾക്കയോ
എന്തിനായിരുന്നു ഈ പിറവി
മരണം ഓർമ്മപ്പെടുത്താൻ മാത്രമോ
മധുവിൻ മധുരം ആത്മാവിൽ
പടരാൻ ഇടം നൽകുമ്പോഴേക്കും
നിലയ്ക്കുന്ന ശ്വാസം

ഒന്ന് ആയിരമാകുന്നത്

ഒരേയൊരു ഭൂമി
ഒരേയൊരാകാശം
ആയിരങ്ങൾ മനസ്സ്
ആയിരങ്ങൾ പകുത്തെടുപ്പ്

ഒരേയൊരു ജനനം
ഒരേയൊരു മരണം
ആയിരങ്ങൾ ജീവിതം
ആയിരങ്ങൾ വഴി

ഒരേയൊരു വിശപ്പ്
ഒരേയൊരു ദാഹം
ആയിരങ്ങൾ വയറ്
ആയിരങ്ങൾക്കു ഭക്ഷണം

സമരം

മതിലിനപ്പുറം നീട്ടിക്കുരച്ച്
അരിശം പതപ്പിച്ച് നിൽപ്പുണ്ട്
പട്ടിണി ശരീരം കവർന്ന്
ശോഷിച്ച തെരുവുപട്ടികൾ
തളർന്നടങ്ങി പോകുവോളം
മിണ്ടാതനങ്ങാതിരിക്കാം
ഒരു നിശ്വാസം പോലും
പ്രതികരണമാക്കി
കടിച്ചു കീറിയേക്കാം
കുരച്ചു കുരച്ച് ശബ്ദം
കനക്കുകയാണ്
നേടുകയല്ലാതെ
നഷ്ടപ്പെടാനില്ലാത്തവർ

പഠിക്കാത്ത പാഠം

സ്വന്തമല്ലെന്നറിഞ്ഞിട്ടും ചിലരെ
ഉള്ളിൽ കുറിച്ചിടുന്നുണ്ടറിയാതെ
ഒരു വാക്കിൽ നാമാരുമല്ലാതാ-
കുന്നൊരാ നിമിഷങ്ങളിൽ
നാം പരസ്പരം നുണഞ്ഞ
ദിനങ്ങളെ വഞ്ചിതുഴഞ്ഞ
വഴിയിലെ ജലരേഖയാകുന്നു
എന്നോ അലയടിച്ചുയർന്ന കടലിന്റെ
ജലം വറ്റിയ ചിത്രമെഴുതുന്ന
ചിത്രകാരന്റെ കണ്ണുകൾ
താളിൻ തളിരിലയെ നനയിക്കാൻ
പെയ്ത പരാജിതനാം കുളിർമഴ
ജീവൻ ജ്വലിക്കുന്നിടത്തോളം
കതിരിന് പകരമാകാൻ പതിരിനാവില്ല
ഓർമ്മച്ചെപ്പൊരിക്കലും അടയ്ക്കാതിക്കാം
ഓർത്തോർത്ത് വിതുമ്പാനല്ല
ഒരിക്കൽക്കൂടി തോൽക്കാതിരിക്കാൻ

സ്നേഹമില്ലാത്തവൻ

എന്താണ് സ്നേഹം
മധുരതരമായി
മിണ്ടുന്നതോ
മധുരതരമായി
പുഞ്ചിരിക്കുന്നതോ
ആവശ്യപ്പെടുന്നത്
നൽകുന്നതോ
നിറവേറ്റാനാകാത്ത
ആവശ്യങ്ങളെ
നിരാകരിച്ചാൽ
ചാപ്പകുത്തുകയായ്
സ്നേഹമില്ലാത്തവനെന്ന്

കണ്ണ്

മുഖചാരുതയേറാൻ
അലങ്കരിക്കാൻ കണ്ണ്
ചൂണ്ടിക്കാണിച്ചത് മാത്രം
കാണാനായി കണ്ണ്
ഇന്നു കണ്ട കാഴ്ചയിൽ
നാളെ വാർത്തകൾ വേറെ
വാർത്തയിലുള്ളത് കാണാത്ത
പൊട്ടക്കണ്ണുകൾ വേറെ
കണ്ടത് നേരെന്നറിയാതെ
കേട്ടതുപാടി നടക്കുമ്പോൾ
ചാരുതയേകാൻ കണ്ണില്ലെങ്കിലും
ചാരുത ഉള്ളിൽ നിറയും

ചോക്ളേയ്റ്റ്

വായയുറവയിൽ അലിയിച്ച്
മധുരിമയിൽ ചാലിച്ച കയ്പ്പ്
നാവിൽ പടർന്നിറങ്ങുമ്പോഴും
ആസ്വാദനത്തിന്റെ
രുചിയിൽ മയങ്ങി
പാർശ്വയിടങ്ങളിൽ പറ്റിപ്പിടിച്ചതും
ചുണ്ടിൽ കിനിഞ്ഞതും
ഇനിയും വേണമെന്നാശിച്ച്
നൊട്ടിനുകർന്നതും എൻ ജീവിതം

ഗദ്ഗദം

നിന്റെ സൗഹൃദം പോലും
പൊലിഞ്ഞു പോകുമെന്ന് ഭയന്ന്
നിന്നോടുള്ള പ്രണയം മൂടിവച്ചതും
നിന്റെ പ്രണയം മറ്റൊരാളിലേക്ക്
നിറഞ്ഞൊഴുകുന്നതിനും സാക്ഷിയായ്
ഒരു കൊടുങ്കാറ്റിൽ നീ
എവിടെയോ മറഞ്ഞുപോയിട്ടും
നിന്റെ പ്രണയം പൂത്തുലഞ്ഞ
മരച്ചില്ലയിൽ ഒരു കുടുംബം
വിരിഞ്ഞിറങ്ങിയിട്ടും
നിന്നിലെ പ്രണയം ഒടുങ്ങാതെ
ആൾക്കൂട്ടങ്ങളിൽ, ആരവങ്ങളിൽ
നീ ഇല്ലെന്നറിഞ്ഞിട്ടും
നിന്നെ തിരയുന്നുണ്ട്
എന്റെ തുറക്കാത്ത മനസ്സ്

രക്തസാക്ഷി

അവരുടെ ആത്മഹർഷ
ത്തിനായ് പിറന്നു
അവരുടെയെല്ലാം ആത്മഹർഷ
ത്തിനായ് ജീവിച്ചു
അവരുടെയെല്ലാം ആത്മഹർഷ
ത്തിനായ് കൊല്ലപ്പെട്ടു

പുഴ

അരുവികൾ സംഘടിച്ച്
ശക്തിയാർജ്ജിച്ചതാണു പുഴ
വരണ്ട് ഉണങ്ങിയതിന്
പുഴയെ പഴിച്ച് അരുവികൾ
പിണങ്ങി പിരിഞ്ഞ്
വഴിപിരിഞ്ഞൊഴുകി
അരുവിയും പുഴയും
നിരത്തിയ ന്യായവാദങ്ങൾ
കേൾക്കാതെ ദാഹിച്ച് വലഞ്ഞവർ
കുളിരുതേടിയകന്നുപോയി

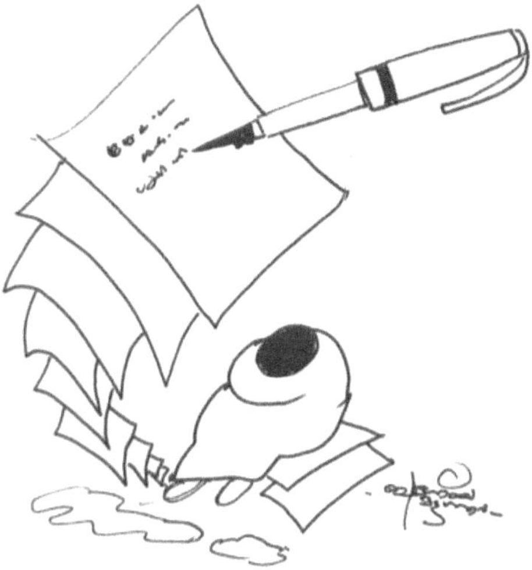

അപേക്ഷ

ഒരോ കത്തിടപാടിലുമുണ്ട്
ശ്വാസം കിട്ടാക്കയത്തിൽ
അകപ്പെട്ടവന്റെ ഉയർന്ന കൈ
അതിൽ ചെവി ചേർത്തുവെച്ചാലുണ്ട്
ഒരു തേങ്ങലിന്റെ സ്വരം
ചിലപ്പോൾ കണ്ണ് പിൻവലിച്ച്
കൈ കണ്ടില്ലെന്ന് നടിക്കും
ചെവി ചേർത്തുപിടിക്കാതിരിക്കും
എന്തിനെന്നറിയില്ല
വെറുതെയൊരു ജാടയ്ക്ക്

അവൾ ഒന്നല്ല

അവളിൽ ഉറവയാകുന്നത്
ജീവന്റെ നാളം തെളിയുന്നത്
അവളിൽ നിന്ന് തന്നെയല്ലേ
ഉടല് ചതഞ്ഞ്
നിണമൊഴുകിയ ചാലിൽ
പുനർജനിയുടെ
കണ്ഠനാളം മുഴക്കി
അവൾ പിറവികൊള്ളുന്നതും
അമ്മയാകുന്നതും
അമ്മൂമ്മയാകുന്നതും
ഒരേ നോവിനൊടുവിലെ
ആനന്ദം
ഉറക്കം കൺപോളകളെ
ഭ്രമിപ്പിക്കുമ്പോഴും
കുരുന്നിന് കാവലാളാകും
പോരാളി
സ്വപ്നങ്ങളെ
ചിത്രശലഭമായ് ശോഭ
പകർന്ന് അതിരുകളില്ലാതെ
പറന്നലയാൻ വിട്ടവൾ

സമാധാനം

തീമഴയേറ്റ് കരിഞ്ഞ
ഭൂമിയിലെ ഒരടുപ്പിൽ
തിളപ്പിച്ച വെള്ളം കുടിച്ചു
ആയുധം വിറ്റു കിട്ടിയ തുകയിൽ
ഒരാശുപത്രി പണിതു
മുറിവേറ്റവരുടെ പുണ്ണിൽ
നീറുന്ന ദ്രാവകം ഒഴിച്ച്
വേദനപ്പിച്ച ബില്ലു നൽകി
പിന്നെയും ഉണങ്ങാത്ത മുറിവുമായി
ചരിത്രം തേടുന്നവനെ
ചിത്തരോഗ വിഭാഗത്തിലെ
അഴികൾക്കുള്ളിലാക്കി
വികൃതമാം തെരുവോരങ്ങളിൽ
പുതിയ ബഹുനില മാളികകൾ
പുതിയ അവകാശികൾ
ചായം തേച്ചു ചുവപ്പിച്ച ചുണ്ടുകളിൽ
തേൻ തുളുമ്പുന്ന വാക്കുകൾ
സമാധാനം സമാധാനം

അടയാളമില്ലാത്തവൻ

രക്ഷയാചിച്ചുകൊണ്ട്
അലറി വിളിക്കുന്നുണ്ട്
ആരും രക്ഷയ്ക്കായ് എത്തുന്നില്ല
ശബ്ദം കാറ്റ് തിരസ്കരിച്ചതോ
കാറ്റിൽ അലിഞ്ഞ് ചേർന്നതോ
പൊട്ടിയൊലിക്കുന്ന രക്തത്തിന്
ഒട്ടും നിറമില്ലാഞ്ഞിട്ടാവാം
ആകെ നനഞ്ഞൊലിച്ചിട്ടുണ്ട്
അലറി വിളിക്കാൻ തുറന്ന
വായയിൽ ഉമിനീരരുവി ഒഴുകുന്നു
ശക്തിയാർജ്ജിച്ച് നിവരുന്നുണ്ട്
പേശികൾ അനുസരിക്കാത്തതോ
ചലനമറ്റ് ചത്തുപോയതോ
ഒച്ചിഴയും പോലെയുണ്ട്
ഇടയ്ക്ക് ചിലർ എത്തിനോക്കി
അകന്നു പോകുന്നു
അവരുടെ കൂട്ടത്തിൽപ്പെട്ടതിന്റെ
അടയാളങ്ങളില്ലാഞ്ഞിട്ടാവാം
കരം പിടിക്കുവാൻ ഒരാളെങ്കിലും
വരാതിരിക്കില്ല എന്നെപ്പോലെ
അടയാളങ്ങളണിയാത്തവൻ

എൻ സി ഡി ക്ലിനിക്ക്

കൂടിപ്പോയത് കുറയ്ക്കാൻ
കാത്തു നിൽക്കുന്നവരുടെ നിര
തല ഉയർത്താൻ നേരമില്ലാതെ
ഡോക്ടർ എഴുതിക്കൊണ്ടേയിരിക്കുന്നു
പ്രഷറിനും ഷുഗറിനും
കൊളസ്ട്രോളിനും മരുന്ന്
പട്ടിണി കിടന്ന് പൊരിഞ്ഞ് മരിച്ച
മുൻതലമുറയ്ക്കു വേണ്ടി
തിന്നുതിന്ന് പക തീർക്കുന്നവരോ
ആർത്തി മാറാതെ മരിച്ചവരുടെ
വിശപ്പെന്ന പാരമ്പര്യരോഗത്താൽ
തിന്നുതിന്ന് ആസ്വദിച്ചവരോ
മിതഭക്ഷണം വിധിച്ച ഡോക്ടറോട്
കടുത്ത മുറുമുറുപ്പുണ്ടെങ്കിലും
ജീവിതക്കൊതി തീരാത്തതിനാൽ
ചെറുപുഞ്ചിരിയിൽ കടിച്ചമർത്തി
മരുന്ന് കെട്ട് ലഭിക്കുന്നതും കാത്ത്
ക്ഷമയോടെ കാത്തിരിക്കയാണ്

കാണ്മാനില്ല

നീ പറഞ്ഞപ്പോഴാണ്
ഞാനറിഞ്ഞത്
താനറിയുന്ന ഞാനിതല്ലെന്ന്
ഞാനാകെ മാറിപ്പോയെന്ന്
എന്നെ ഞാനെവിടെയോ
മറന്നു വെച്ചിട്ടുണ്ട്
കണ്ടുകിട്ടുന്നവർ
എന്നെ ഏൽപ്പിച്ചേക്കണേ

വെളുപ്പ്

വെള്ളി രോമങ്ങൾ
മറച്ചു പിടിക്കാൻ
എത്ര ശ്രമിച്ചിട്ടും കഴിഞ്ഞില്ല
ആദ്യം വെട്ടിനിരത്തി
പിന്നെ മറച്ചുവെച്ചു
പിന്നെ നിറം കൊടുത്തു
എന്നിട്ടും തോൽപ്പിക്കുകയാണ്
പ്രായമാകുന്നതിന്റെ അടയാളം
കൊടിമരം നാട്ടിക്കൊണ്ട്
കറുത്തതിനേക്കാൾ ഉശിരോടെ
വാർദ്ധക്യം കീഴടക്കുന്നു
തോൽപ്പിക്കാനാവില്ല കാലമേ
രോമം പിഴുതെറിഞ്ഞിട്ടും
യൗവനം ചോർന്നുപോകാതെ
മരിച്ചാലും കാത്തിടും ഞാൻ

ഞാനും നീയും

ഉതിർന്ന വാക്കിന്റെ മൂർച്ച
കൊള്ളുന്നമനസ്സിനേ അറിയൂ
വിട്ടുകളയെന്ന സാന്ത്വനം
ഒരുച്ഛ്വാസ വായുവിലലിയും

വാക്കുകൾ ഓർത്തോർത്ത്
ഒരിക്കലും ഹരിക്കാതെ
ഗുണിച്ചും കൂട്ടിയും പെരുപ്പിച്ച്
സ്വന്തം വാക്കിന്റെ ന്യായം
ചികയുന്നു പിന്നെയും

കാത്തിരിപ്പിന്റെ ദൂരം
ഇമചിമ്മിത്തുറന്ന് ഭാഗിച്ചിടാം
വെറുതെയാണെങ്കിലും
വരില്ലെന്നറിഞ്ഞിട്ടും
കാത്തിരിക്കുന്നു പിന്നെയും

ഇരുട്ടിൽ വെളിച്ചമാകുമ്പോൾ
വിശപ്പിന് അന്നമാകുമ്പോൾ
വേദനയ്ക്ക് ഔഷധമാകുമ്പോൾ
മറക്കും നാം കഴിഞ്ഞതെല്ലാം

കാക്ക

മനുഷ്യാ നിന്റെ ഇഷ്ടത്തിനൊത്ത്
കൊഞ്ചി കുണുങ്ങി നിൽക്കാഞ്ഞിട്ടല്ലേ
എന്നെയകറ്റി നിർത്തിയത്
കറുപ്പിന് ഏഴഴകെന്ന്
പൊള്ള വാക്യം പറയല്ലേ
കറുപ്പിനെ അകറ്റിനിർത്തുന്നതല്ലേ
നിന്നിലെ മനസ്സിന്റെ നേര്
നിന്റെ എച്ചിൽ നുണയാൻ വരില്ല
വിഷമാണ് ഊണിലും മനസ്സിലും
നീ നിർമ്മിച്ചു വിൽക്കുന്ന
ഭക്ഷണത്തിൽ വിഷം കലർത്തി
നീ വാങ്ങുന്നതിൽ അവരും
ലാഭക്കണക്കിൽ അറിഞ്ഞില്ല
നീ ആകെ വിഷമാണെന്നത്
നിന്റെ അടുക്കളത്തിണ്ണയിലും
പിതൃക്കൾക്ക് തർപ്പിച്ച പിണ്ഡത്തിലും
കൻമഷം ചുരന്നു നിൽപ്പുണ്ട്
ഓർമ്മകളിൽ നിന്ന് തെന്നിപ്പോയ
ആത്മാവ് അകന്ന കാലം
പുലകുളി അടിയന്തരത്തിന്റെ
ആഘോഷ തിമിർപ്പിലുണ്ട്
ശ്വാസം നിലയ്ക്കുന്നതുവരെ
നില്പവസാനിച്ചതിൻ ആശ്വാസം

പഴഞ്ചൊല്ല്

ആർക്ക് വേണമെങ്കിൽ
എന്നുകാലങ്ങളായി അന്വേഷിക്കുന്നു
വേണമെങ്കിൽ ചക്ക
വേരിലും കായ്ക്കുമെന്ന
പതിരില്ലാ പഴഞ്ചൊല്ലിൽ
ചക്കയ്ക്കോ പ്ലാവിനോ
ചക്ക കൊതിക്കുന്നവനോ
ഏതായാലും ചക്ക കൊതിക്കുന്നവനല്ല
വേണ്ടായിരുന്നെങ്കിൽ മുമ്പേ
പ്ലാവ് മുറിച്ചു മാറ്റിയേനേ

പരിണാമം

ഓലപ്പുരയ്ക്കു താഴെ
മൺകട്ട ചുമരിൽ
മണ്ണെണ്ണ മണമുള്ള
മുട്ടവിളക്ക് തൂവിയ
മങ്ങിയ മഞ്ഞ വെളിച്ചത്തിൽ
തെളിയാതെ പോയ അക്ഷരം
കോൺക്രീറ്റ് വീടിന് താഴെ
പുട്ടിയിൽ മിനുങ്ങിയ
വെൺചുമരിൽ പറ്റിയ
തൂവെള്ള വൈദ്യുത വെളിച്ച-
ക്കാഴ്ചയിൽ കണ്ടെത്തിയ
കാഴ്ചയിലേക്കുള്ള പരിണാമം
മഴമാപിനി പറയും മുൻപെ
ഓലക്കൂര കുതിർന്ന്
ചോർന്നൊലിച്ച മഴയളന്ന
അടുക്കള പാത്രങ്ങൾ
തുരുമ്പെടുക്കുന്ന
കാഴ്ചയിലേക്കുള്ള പരിണാമം

കടൽ

പതഞ്ഞ് നുരഞ്ഞ് പൊങ്ങുന്നു
ആത്മ നൊമ്പരവിസർജ്യം
അകം ശുദ്ധമാകുന്ന
ചില നേരങ്ങളിൽ
നീ അന്ന് കണ്ടൊരാളേയല്ല
ഇന്ന് ശാന്തമായ് ഒറ്റയ്ക്ക്
കാറ്റിനോട് വിശേഷം തിരക്കി
സമചിത്തയായ് കുണുങ്ങി നില്പുണ്ട്
അനന്തമായി ഒരു സമസ്യയായി
കണ്ടതിനേക്കാൾ കാണാത്തനന്തത
ഉള്ളിലൊതുക്കിയ മൂന്നക്ഷരം

സൃഷ്ടികൾ

ഇല്ലായ്മകളോർത്ത്
പതുങ്ങുന്നതെന്തിന്
ഉള്ളതു കൊണ്ടങ്ങ് ആഘോഷിക്കുക
പൂർണതയ്ക്കായ് കാത്തിരുന്നാൽ
അപൂർണമാകുന്നതീജന്മം
കാലം മായ്ക്കുമീ ദേഹത്തെയെങ്കിലും
മായ്ക്കാത്തതൊന്നുണ്ട്
നമ്മുടെ സൃഷ്ടികൾ
വാർദ്ധക്യമൊട്ടുമേ തീണ്ടാതിങ്ങനെ
അരങ്ങിൽ തിളങ്ങും യുഗങ്ങളായ്

•••

www.ingramcontent.com/pod-product-compliance
Lightning Source LLC
LaVergne TN
LVHW060151051026
849517LV00007B/2627